ஊர்க்குருவி

சத்யா கோவிந்தசாமி

ஊர்க்குருவி

கவிதை கிறுக்கல்கள்

சத்யா கோவிந்தசாமி

GMAIL: sathyagsathyag007@gmail.com

பொருளடக்கம்

பொருளடக்கம்

பொருளடக்கம்

பொருளடக்கம்

பொருளடக்கம்

பொருளடக்கம்

முன்னுரை

கவிதைகள் என்பது மனத்தின் எதிரொலி. சில நேரங்களில் அது ஒரு சிறு சிந்தனையாக மனதில் உதித்துவிடும்; சில நேரங்களில், அது உயிர் வாழ்ந்த அனுபவங்களின் முத்திரையாக உயிர்க்கும். இந்தக் கவிதைகள் எழுதப் பட்டவை அல்ல, அனுபவிக்கப்பட்டவை.

இந்த நூலில் உள்ள ஒவ்வொரு கவிதையும் ஒரு உணர்வின் வெளிப்பாடு, ஒரு பயணத்தின் குறியீடு, ஒரு மனிதன் தன் வாழ்வில் சந்தித்த உண்மையான தருணங்கள். வாழ்க்கையின் ஒவ்வொரு திருப்புமுனையிலும் ஒரு பாடம் இருக்கிறது. அந்த பாடங்களை வார்த்தைகளின் வழியே அணுகத் துணிந்த ஒரு முயற்சி தான் இந்தக் கவிதைகள்.

அழகிய சிறுவயது நினைவுகள், மறக்க முடியாத மனக் கசப்புகள், தாய்மையின் மண்வாசனை, இரவுக்குள் மறைந்து போன சில பாவங்கள், அன்பு, காதல், ஏக்கம், மகிழ்ச்சி——இவற்றின் அனைத்தும் இங்கு பேசும். ஒவ்வொரு வாசகனும் தனது வாழ்க்கையில் ஒரு பக்கம் இவற்றுடன் ஒத்துப்போகும்.

இந்த நூலை உங்கள் கரங்களில் தரும் போது, இது ஒரு கவிதை தொகுப்பு மட்டுமல்ல, உங்கள் சொந்த நினைவுகளை தூண்டும் ஒரு உயிருள்ள அனுபவம் என்று சொல்லலாம்.

வாசித்து உணருங்கள். உணர்ந்து அனுபவிக்குங்கள். அனுபவித்தால், உங்கள் உள்ளத்திலும் ஒரு கவிதை

பிறக்கும்!

– சத்யா கோவிந்தசாமி

நன்றி

ஒரு எழுத்தாளரின் வெற்றி , ஒரு வாசிப்பாளர்
புத்தகத்தின் முதல் பக்கம் தொடங்கில் கடைசி பக்கம்
வரை படித்து முடித்து, பின் அட்டையை மூடும்
தருவாயிலே உள்ளது..
நான் வெற்றி பெற வாய்ப்பளித்த உங்களுக்கு நன்றி!

சத்யா கோவிந்தசாமி

GMAIL: sathyagsathyag007@gmail.com

1. ஈழப் புத்தகம்

நூலகத்திற்கு செல்லும் பழக்கம் இல்லை,
அன்று ஏன் சென்றேன் என்று தெரியவில்லை...
எங்கு திரும்பினாலும் புத்தகங்கள்,
எதை எடுப்பது, எதை படிப்பது என்று குழப்பம்...
திடீரென மேலிருந்து புத்தகம் விழுந்தது,
அதை தூக்கிப் பார்த்தேன்,
எங்கு பார்த்தாலும் பிணங்கள்,
துப்பாக்கித் தொட்டாக்கள்...
பெண்கள் ஆடையின்றி இறந்து கிடந்தார்கள்,
மார்பு காம்பில் பாலுக்கு பதிலாக ரத்தம்...
அட்டை படத்தை ஊற்று பார்த்தேன்,
மார்பில் துப்பாக்கிக் குண்டு பாய்ந்திருந்தது...
ஏனோ, என் கண்கள் கலங்கியது,
அன்றிலிருந்து இன்றுவரை
அந்த ரத்தவாடை என்னை பின்தொடர்கிறது...

" "

2. யாருமில்லை

கும்பல் கும்பலாகக் கூடி,
ஊர் சுற்றி திரிந்தபோது,
பேச கதை ஏதுமில்லை...
பேச ஆயிரம் கதைகள் இருக்கிறது,
சுற்ற ஊரும் இருக்கிறது...
ஆனால்..
பேச யாருமில்லை!

3. திருடன்

நானே திருடன்தான்...
சாத திருடன் அல்ல ;மகாதிருடன் நான்..
பலரின் நற்கருத்துக்களை,
என் கருத்துப்போல்,
பலரிடம் வியாபாரம் செய்யும்..
மகாதிருடன் நான்!

4. முதல் காதல்

ஒன்றும் அறியா பால்ய வயதில்,
மனதில் சிறு கிறல்...
அது காதலா? என்று கேட்டால்,
தெரியவில்லை...
பல குரல்கள் அதிகாரம் செய்தபோதும்,
நான் அடங்கவில்லை...
ஆனால் உங்கள் நிதான குரலை கேட்டு,
அடங்கினேன்...
அதுதான் ஏன் என்று புரியவில்லை...
அது காதல் என்ற சொல்லுக்குள்
அடங்காத, இனம் புரியாத உணர்வு...
இன்றளவும் அந்த உணர்வு,
நெஞ்சை அவ்வப்போது பிராண்டுகிறது...
நமது பிறப்பின் காலத்தை மாற்றி எழுதிய
பிரம்மன் மீது சிறு கோபம்...
என் ஆசையெல்லாம் ஒன்றுதான்...
என் கிறுக்கல் ஒரு நூலாக மாறும்...
அதை உங்களிடம் பரிசாக வழங்குவேன்...
இதைப் படித்து,
என் காதலை நீ புரிந்துகொள்வாய் என நம்புகிறேன்,
என் முதல் காதலியே...!

5. முதல் களவு

சனங்கள் இல்லாமல்,
தெரு சன்னமாய் போயிருந்தது...
இருளுடன் சேர்ந்து ஊமைக்காற்றும் வீசி,
பயம்கலந்து மயிறுகள் சிலிர்த்தன...
ஊரை எழுப்பும் தோணில்,
தெருநாய்கள் ஊலையிட,
காலும் சற்று நடுங்க தொடங்கியது...
திட்டமிட்ட வீட்டை நெருங்குகையில்,
நெஞ்சம் பதைபதைத்தது...
முதல் களவு என்பதால்!
சுவரைத் தாண்டி உள்ளே சென்றான்
களவுவில் கைதேர்ந்த தோழன்...
ஆட்டுமந்தை போலவே
நாங்களும் அவனைப் பின்தொடர்ந்தோம்...
இறுதியாக, திட்டமிட்ட தென்னையில்,
தோழன் கயிறு கட்டி எறிந்தான்...
யாராவது வருகிறார்களா என,
மற்றவர்கள் நோட்டமிட்டனர்...
ஒரு கோலையை வெட்டி,
கயிற்றில் கட்டி இறக்கினான்...
அதை ஒரு தோழன் தூக்கிக் கொண்டு நடையகட்ட,
ஒவ்வொரு கோலையாய் கீழே இறங்க,
ஒவ்வொறாக காலியாக,

தென்னையில் இருந்தவனும் நானும்,
கடைசி கோலையை தூக்கிக்கொண்டு,
திட்டமிட்ட மைதானத்தை அடைந்தோம்...
இளநீரை பருகி,
தேங்காயை பொளந்து,
வழுக்கை தின்று கொரித்துவிட்டு,
மற்றொரு நாள், மற்றொரு இடம்,
ஏனோ திட்டம்தீட்டிவிட்டு,
அவரவர் வீடு சென்றோம்...!

6. கிழிந்த நோட்டு

சில்லறைத் தேடி வந்தவனின் கைகளில்,
நானோ தேய்ந்து, ஓரங்கள் சிதிலமாய்,
வெறும் பரிமாற்றத்தின் சுமையாக நின்றேன்.
என்னிடம் எவருக்கும் ஏமாற்றமின்றி,
எப்போதும் விலை மட்டும் பார்த்தார்கள்..
ஒரு காலத்தில் புதிதாய் இருந்தபோது,
அனைவரும் என்னை பெற்றபிள்ளைப்போல் பாதுகாத்தனர்..
இப்போது அழுக்குப்படிந்து,
கிழிந்து தரையில் கிடந்தபோது,
யாரும் என்னை கண்டுகொள்ளவில்லை...
ஆனால், ஒரு சிறுவனின் கையில்
கிடைத்தபோது,
அவன் என்னை எடுத்தபடியே மடித்து,
அவனின் கனவுகளின்
பிள்ளையாய்த் தூங்கச் செய்தான்.
கிழிந்ததாலும் கடக்க முடியாத ஒன்றாய்,
ஒரு ஆசையின் துளியாக நான் இன்னும்,
முழுமையும் முடிவையும் தேடிக்கொண்டிருந்தேன்..

7. மண்வாசனை

மழைக்கு முன்னே சில நிமிடங்கள்...
புழுதி பார்க்கும் காற்று,
மழை வரத் துடிக்கும் வானம்,
மண்சுழி குதிக்கும் கால்கள்,
எதிர்பார்ப்பில் நான்...
மழைத்துளி மண்ணில் விழுந்ததுமே,
வாசம் காற்றில் மிதந்து வந்து,
என்னைத் தாயாய் கட்டி அணைக்கும்...
அந்த வாசனையில் நான்,
என்னை மறந்து,
மயக்க நிலைக்குச் செல்வேன்...
என்னை மயக்கும் அந்த மண்வாசனை,
என் தாயின் மார்பு காம்பில்
சிந்திய பால் வாசனைக்கு ஈடானது...

8. சிட்டுக்குருவி

இரவு உணவை முடித்துவிட்டு,
படுக்கையை விறித்தேன்...
கண்மூடி,
கற்பனை உலகிற்குள் சென்றேன்...
உலகமென்றால்,
அதுதான் உலகம்!
அந்த உலகில் நான் ஒரு சிட்டுக்குருவி...
எவ்விதப் பிரச்சனையும் இன்றி,
மகிழ்ச்சியாக வாழ்கிறேன்...
செல்போன் எப்படி இங்கு
சிட்டுக்குருவிகளை அழித்ததோ,
அதுபோல்,
செல்போனில் வந்த அழைப்பு,
என் கற்பனை கனவையும்
அழித்துவிட்டது..!

9. மீன் பிடிக்க ஆசை

கத்தியை எடுத்து,
கட்டைமேல் மன்தூரவி,
கூர்மையாக்கி,
மூங்கிலை வெட்டி,
பக்கு இல்லாத கொம்பாக செதுக்கினேன்...
பழுப்புநூலை எடுத்து,
கொம்பின் முனையில் கட்டி,
இன்னோர் முனையில் ஊக்கி,
முள் கட்டினேன்...
அழகான தூண்டில் ரெடியானது!
ஊக்கில் ஆசையை கோர்த்து,
வானத்தை பார்த்து வீசினேன்...
தினதோறும் இரவானில்
கண்ணை கொல்லைக்கொள்ளும் வகையில்
மின்னிக்கொண்டிருக்கும்,
விண்மீன்களை பிடிக்க..!

10. நாட்டுப்பொட்டை

சேவலின் துரத்தலுக்கு,
நாட்டுப்பொட்டை உயிரை கையில்பிடித்துக் கொண்டு,
முள் வேலி, கதவு, காவாய்யை தாண்டி,
எதிர்வீட்டு முட்டுசந்துகுள் சீக்கிகொண்டது.
சீரியபடி,
றெக்கையை தொாங்கபோட்டுக்கொண்டு விரட்டிய சேவ-
லுக்கு,
மகிழ்ச்சியில் மூக்கு வேர்த்தது.
பொட்டை அலறியப்படி,
"கொக்... கொகொக்..." என்று,
அங்குமிங்குமாய் அலறி ஓடியது...
இரக்கமில்லா சேவலோ,
பொட்டை மீது ஏறி,
நெகத்தால் றெக்கையை பதம்பார்த்து,
தலையில் தன்மூக்கால் கொட்டியது...
சம்பவயிடத்திற்கு அருகில் இருந்த எவரும்,
தமக்கு நேர்ந்த கொடூர சம்பவத்தை
தட்டிகேக்கவில்லை என்று,
நாட்டுப்பொட்டைக்கு சிறுகோபம்..!

11. பசுவின் வலி

பசுவின் வலி — யார் அறிவார்?
ஈவு இரக்கமின்றி,
மடியை இழுத்து பால் கரக்கும்,
பால்காரன் அறிவானோ?
காளைமாட்டை ஓர் மூலையிலும்,
பசுவை மற்றொரு மூலையிலும்,
கட்டிவிட்டு சென்ற வீட்டுகாரன் அறிவானோ?
மாட்டு டாக்டர்,
அறிந்தோ... அறியாமலோ...
பசுவின் ஏக்கத்தையும்,
உணர்ச்சியையும் பொக்கினான்,
கையுறை மாட்டிய கைகளின் மூலம்...!

12. ஊஞ்சல்

எண்ணிக்கை பெருகிக்கொண்டே
போகிறது...
ஊசிக்கு பயந்த குழந்தை,
தெருவின் சிறுகல்லில் இடிபட்டு கத்தி,
ஊரை கூப்பிட்ட குழந்தை,
மின்விசிறி பொத்தானை,
எகிறி நோட்டால் ஆன் செய்த குழந்தை...
ஆனால் இன்று,
எட்டாத உயரத்தில் இருக்கும்
மின்விசிறியில்,
கயிறு கட்டி,
கழுத்தில் மாட்டி,
ஊஞ்சலாடுகிறது...!

13. உறவினர்கள்

சம்பந்தம் இல்லாமலே வந்து,
சங்கடப் படுத்திவிட்டு செல்கிறார்கள்...
அனுமதி இல்லாமலே வந்து,
அவமானப்படுவிட்டு செல்கிறார்கள்...
எதிர்கொள்ள நினைக்கும் முன்னே,
இதயம் படபடவென துடிக்கிறது...
ஒருவேளை,
அவர்கள் மீது உறவினர் என்ற
போர்வை இல்லாமல் இருந்திருந்தால்,
இதயம் இப்படிப் படபடத்து இருக்காதோ
என்னவோ?
எதிர்த்து,என் கருத்தை
முன்வைத்திருப்பேனோ என்னவோ?

14. சாலை விரிவாக்கம்

விரிவுபடுத்தப்பட்ட ஒவ்வொரு சாலையின் அடியிலும்,
பல்லாயிரக்கணக்கான உயிர்கள் உறங்குகின்றன...
கால்பாதத்தில் அடிபட்ட கனாக்களாய்,
மண்ணில் மறைந்த சொற்களாய்,
நமக்கென யாரும் நினைவுகூராத கதைகளாய்...
கடந்த காலத்தின் தடங்கள்,
நவீனத்தின் அடியிலே புதைய,
அவைகளின் குரல்கள் மௌனத்தின் காற்றில் கலக்-
கின்றன...
பாதிக்கப்பட்ட கால்களின் அச்சுகளாய்,
உணராத இரத்தச் சுவடுகளாய்,
நகரம் விரிவடைகிறது...!

15. முதல் கொலை

கொசுவருத்தி சுருளுக்கு மயங்காமல்,
செவிகளின் ஓரம் றெக்கையை வீசி,
ரிக்காரம் அடித்தது மட்டுமில்லாமல்,
சத்தமில்லாமல் உறிஞ்சுகிறது
ரத்தத்தை;
அதனால்தான் கதையை முடித்தேன்,
கொசுவின் யுத்தத்தை...!

16. மூக்குத்தி பூ

உன்னை ரசித்து,
கிள்ளி மூக்கில் வைத்து விளையாடாத
மாந்தர்கள் உண்டோ?
உன்னை கண்டுதான் பெரியவர்கள்,
இந்த மண்ணிற்கு
"பொன் விளையும் மண்"
எனப் பெயர் சூட்டினார்களோ?
காலங்கள் கடந்ததால் என்னவோ...
மதிப்பை இழந்த
பழைய ரூபாய் நோட்டைப் போல,
செல்லாகாசாக மாறிவிட்டாய்..!

17. மாட்டுவண்டி சவாரி

சக்கரங்களின் சத்தம்,
மாடுகளின் சுவாச காற்று,
அந்த ஒத்தையடி பாதையின் நடுவில்,
காலம் என்னை கட்டி தழுவியது..
வண்டியின் ஒவ்வொரு அதிர்விலும்,
நான் என் பால்ய காலத்தைத் தேடினேன்..
ஆற்றுமண் சிதறிய மண்ணில்,
புரியாத பாடல்களின் தாளம் கேட்டது..
சக்கரம் திரும்பும் ஓசையில்,
என் மனம் சுழன்று ஓடியது..
சுதந்திரத்தின் அந்த தருணத்தில்,
நான் ஒரு விண்கல் போல பிரகாசித்தேன்.
மாட்டுவண்டி சவாரி,
அது என்னை மட்டும் இழுத்துச் செல்லவில்லை,
என் சொந்த வாழ்க்கையின் கதையையும்
காலத்தின் கணத்தையும் தாங்கிச்சென்றது...

18. மட்டைப்பந்து

மனதில் துள்ளும் துயரங்கள் மறந்து,
பொட்டல்காட்டு மைதானத்தில் திருவிழா...
ஒரு பந்து சுழன்று வந்தபோது,
அழகிய கோணங்களில் நகர்ந்தது மனம்..
பந்தை பிடிக்க ஓடி கீழே விழுந்து,
தரையில் மோதிய ஒவ்வொரு தாளத்திலும்
சரித்திரம் எழுத முயற்சித்தது...
கையில் உலக குறுநடைபோல் திகழ்ந்த அந்த பந்து,
கண்களில் கனவாக மாறியது.
விதிமுறைகள் சற்று பகைத்தாலும்,
நட்பு மட்டும் நம்மை சேர்த்தது..
தனிப்படையாக உயர்ந்த குரல்கள்,
அனைவரும் ஒரே அணியாகப் பின்னேற்றின..
நட்சத்திர மடிப்புகளின் வெளிச்சத்தில்,
போராட்டமும் புனிதமும் கலந்து,
நாம் மட்டைப்பந்தின் உலகத்தில்,
தெறிக்கவிட்டோம் எங்கள் சுயமுன்னேற்றத்தை..
காலம் சென்றாலும்,
அந்த சுழலும் பந்தின் இயக்கம்,
எந்தவொரு நம் மூச்சையும் கதிரிக்கிறது,
என்றும் பாசத்துடன்!

19. அம்மா

காலையில் சூரியன் எழுவதற்கு முன்,
என் சூரியனாய் ஏற்கெனவே எழுந்திருந்தாள்.
சுடும் கரங்களால் சமைத்து,
சுவையான அன்பை எளிய பத்தினில் பரிமாறுவாள்..
நம் விழிகளின் கனவுகள் கண்டு,
தன் விழிகளைச் சோர்த்தவள்.
தன் தேவைகளை முடக்கி வைத்து,
நமக்காக வாழ்ந்த ஒரு காவியமே அம்மா..
காற்றாய் இருந்தாள், நம்மை குளிர்விக்க;
மண்ணாய் இருந்தாள், நம்மை நிலைக்க;
ஆகாயமாக இருந்தாள், நம்மை தாங்க;
சூரியனாய் இருந்தாள், நம்மை ஒளிரச் செய்ய.
அவளின் மடி கங்கை நதியாக,
அவளின் சிரிப்பு எனக்கான புத்துணர்வாக,
அவள் ஒவ்வொரு நாளும்
என் வாழ்க்கையை முழுமையாக்கினாள்.
"அம்மா"

20. தோரணம்

கொடியின் மேல் பசுமைச் செடியாய்,
வீட்டின் வாசலில் வரவேற்கும் இன்னொரு அம்மா,
தேன் கசிந்த சுவையை கொண்டு,
அறுசுவை வாழ்வின் தொடக்கமாய் தோரணம்.
ஒவ்வொரு இலைகளும் தோரணத்தில்,
தன்னைக் கீறிக்கொண்டு நம் வீடு சிறக்க,
அன்பும் ஆதரவும் சொரிய,
அறைவெளியில் மரியாதையை விதைத்தது..
தேங்காய் இழையில் பின்னிய தொண்டு,
பழமை சுவாசத்தின் வாழ்வைக் பிரகாசித்தது..
அது வெறும் அலங்காரம் அல்ல,
அதன் பின்னே தமிழர் மரபின் பாடங்கள் பேசின..
மணம்வீசும் பூக்களால் சூழப்பட்டு,
மழலையின் முதல் நடையையும்,
மங்கலத்தின் முதுகம்போல இணைத்து,
ஒரு புண்ணியத்தின் கதவாய் வாசலில்..
தோரணம்,
வாழ்வின் ஒவ்வொரு முற்பட்ட முறையும்,
மரபையும் நம்பிக்கையையும் தாங்கியதன்
ஒரு சிறு புராணம்!

21. அப்பா

பசும்புல் நீளும் நிலத்தில்,
விவசாயி உழைக்கும் வாழ்க்கை நரகமாய்,
வறட்சியும் பருவமழை தவிர்ப்பும்,
நிலத்தின் மீது அடக்கமாய்...
ஆனால், அவன் ஒருபோதும் நடுங்கவில்லை,
முளைக்கும் பயிரின் பயனை நம்பி,
பொறுமையின் காத்திரத்தை சூழ,
நிலமும் நீருமான ஒரு பாடம் உணர்த்தியது...
ஒருநாள் உழைப்பின் முடிவில்,
அறுவடை சிகரத்தை அடைந்தான்,
வெற்றியுடன் பரவியது,
செழிப்பாக நிலத்தின் சொர்க்க வாழ்க்கை...
பிறர் ஊருக்குச் செல்லும் போது,
அவன் மனதில் வாசித்த கடிதம் ஒன்று,
நெஞ்சில் எழுந்த நம்பிக்கையின் ஒலி,
வாழ்வின் போராட்டம் என்றொரு வரலாறு...
தொடர்ந்து போராடிக்கொண்டிருக்கிறான்,
போர்க்குடியில் பிறந்தவன்!

22. நான்

நான் நல்லவனில்லை;
நல்லவனாக இருக்கவும் விரும்பவில்லை...
விரும்பினாலும் நடக்கா காரியம் அது..
நான் ஏன் நல்லவனில்லை என்பதற்கு,
முதல் காரணம் — நான் மனிதன்.
இரண்டாவது — நான் கவிதை எழுதுகிறேன்.
மூன்றாவது — நான் கண்டதை கிறுக்கி,
அதை கவிதை என்று உங்களிடம் படிக்கக் கொடுக்கிறேன்..

23. கருப்பி

எப்படி தெரிந்தது?
யார் சொல்லி இருப்பார்கள்?
சாப்பாடு தட்டுக்கு வந்ததும்,
வாசலில் வந்து குரைத்து——
வந்துவிட்டேன் என்று தெரிவிக்கும்..
எத்தனை முறை உதைத்தாலும்,
வாலை பிடித்து தூக்கி அடித்தாலும்,
மறுபடியும் மறுபடியும் வருது...
"எம்மா... ம்னா,ஏய் ஆயிம்மா அங்க பாரு!
நாய்க்குல ஜொள்ளு ஊத்துது...
எனக்கு சாப்பிடவே பிடிக்கல...
எல்லாம் உன்னாலதான்...
திணைக்கும் சோறு போடாதனா கேக்குறியா?"
என்னை சமாதானப்படுத்த,
விரட்டுவதுபோல் நாடகம் நடத்தி,
தனியாக அழைத்து சென்று சோறு வைப்பாள்..
இன்று மீண்டும் சோற்றுக்கு வந்து
வாசலில் நிற்கிறது... அந்த நாய்.
யார் போயி சொல்வது?
அம்மா
பாம்பு கடித்து ஆஸ்பத்திரியில் இருக்கிறாள்...
வீட்டில் சோறு ஆக்கவில்லையென்பதை?

24. கடவுளானேன்

இனிப்பை பார்த்த மகிழ்ச்சி...
அநாகரிகமாக சாப்பிட்டதில்,
என்னை அறியாமல் சிந்திய இனிப்பு துளிகள்.
வாசனை அறிந்து,
வரிசையாய் வந்த எறும்புகள்...
வட்டமடிக்கின்றன,
சிந்திய இனிப்புகளை சுற்றி.
இந்த அநியாயத்தை தடுத்து நிறுத்த
மனமில்லை...
என்னை அறியாமல்,
நூறு உயிர்களுக்கு உணவளித்து உள்ளோம் என்ற
மகிழ்ச்சியில்...!

25. அன்றும் இன்றும்

வெட்டவெளியில்,
ஆள் நடமாட்டம் அதிகமான பகுதியில்
அவளின் பாட்டி பாதுகாப்பாக குளித்தாள்...
யாரும் இல்லாத,
சொந்த வீட்டு பாம்ரூம்வில் குளிக்க,
அவள் 100 முறை யோசித்து,
பயந்து பயந்து குளிக்கிறாள்...
தலைமுறைகள் மாறின..
அவன் தாத்தா,
30 வயதில் மது குடிக்க தொடங்கினார்...
இவன்,
17 வயதில் மது குடிக்கிறான்...
அவள் அம்மா,
மழைக்குக் கூட பள்ளிக்கூடம் பக்கம் ஒதுங்கவில்லை...
இவள்,
பட்டணம் சென்று பட்டப்படிப்பு படிக்கிறாள்...
வாழ்வியல் மாறுமா?
அவன் அப்பா,
குடும்ப சூழ்நிலை புரிந்து,
கஷ்டப்பட்டு உழைத்து,
சிக்கனமாக பணத்தை செலவிட்டார்...
இவன்,
படித்து முடித்துவிட்டு,

வேலைவெட்டிக்கு போகாமல்,
ஆடம்பர வாழ்க்கை வாழ்கிறான்...

26. இயற்கையின் அதிசயம்

உயிரை பறிக்கும் விஷச்செடியும்
விறகாய் பயன்படும்...
நீரை உறிஞ்சும் வெண்மணலும்
மழைநீரை வடிகட்டும்...
பாறைகளைப் பிளக்கும் வேர்களும்
மண்ணை நனையச் செய்யும்...
கதிரவனின் வெம்மையும்
வளர்ச்சிக்கான ஒளியாகும்...
தன் மீது கொடூர தாக்குதல் செய்யும் மனிதர்கள் வாழ
கற்றை அனந்தமாய் பரவச்செய்வதே
இயற்கையின் அதிசயம்

27. பாதை

ஒவ்வொரு பாதையின் வரலாறும்
யாரோ ஒருவரின் காலடியில் இருந்து தான்
தொடங்கும்...
பாதை என்று ஏதுமில்லை,
காலடி படும் இடமெல்லாம்
பாதை தான்...
ஆதலால், பாதை முடிந்துவிட்டது
என்று வருந்தாதே;
புதிய பாதையை உருவாக்கு!

28. தூக்கத்தை கெடுத்த தெருநாய்கள்

பகலில் கிடைப்பதை உண்டு,
தெருவை காவல் காக்கின்றன...
விருந்தாளிகள் வந்திருப்பதை
கூரைத்து தெரிவிக்கின்றன...
இரவில், பிறந்த குழந்தையைப் போல்
உறங்கும் தெருவில்,
திடீரென ஓலமிட்டு,
ஒப்பாரி வைக்கின்றன...
ஒப்பாரி பின்னால் இருக்கும் மர்மம் என்னவோ?
அமானுஷ்யமா?
நினைத்தே நினைத்தே,
பல தூக்கங்களை துளைத்தேன் பால்ய வயதில்...

29. போதை

நான் ஏன் நல்லவனில்லை என்பதற்கே,
இதுவும் ஒரு காரணம்...
அதற்காக நான் குடிகாரன் இல்லை...
எப்போதாவது சில தருணங்களில்,
நண்பர்களுடன் சந்திக்கும்போது,
சில சமயங்களில் புகையும் மதுவும் சேர்ந்துவிடும்...
சரியா? தவறா? என்றால்,
முற்றிலும் தவறு...
தவறு செய்தால்தானே,
அவன் மனிதன்?

30. ஆங்கிலேயர்களுக்கு நன்றி

நீங்கள் இந்தியாவை ஆளவில்லை என்றால்,
இந்தியா இத்தனை மாற்றங்களும்
வளர்ச்சியும் கண்டிருக்காது...
குலக்கல்வி முறை ஒழிந்திருக்காது,
பெண் அடிமைத்தனம் முடிந்திருக்காது,
குழந்தை திருமணம் அழிந்திருக்காது,
உடன்கட்டை ஏறுதல் முறையும் மறைந்திருக்காது...
இந்தியர்களிடையே ஒன்றுமை வளர்ந்திருக்காது,
சமத்துவ கோட்பாடு எழுச்சி பெற்றிருக்காது,
கல்வி காலனிவரை சென்றிருக்காது...
கெட்டதிலும் ஒரு நல்லது நிகழ்ந்திருக்காது,
ஆதலால், உங்களுக்கு நன்றி!

31. உதவிக்கான கைமாறு

உங்களுக்கு உதவி தேவைப்படும்போது,
பிறரால் கிடைத்த உதவி...
பிறருக்கு உதவி தேவைப்படும்போது,
உங்களால் அளிக்கப்படும் உதவியே——
"உதவிக்கான கைமாறு!"

32. வேர்கள்

பெற்ற தாய் போல் மண்ணை பற்றிக் கொள்கிறது,
எழில் கொஞ்சும் மரங்கள்!
காலங்கள் கடந்தாலும் கூட,
அவை மண்ணை விட்டு போவதில்லை!
மன்றாடி இறந்த பின்னும்,
மண்ணோடு உறவாடுகின்றன வேர்கள்!

33. ஏரி

ஓடி ஆடி விளையாடி,
குளித்து மகிழ்ந்த காலங்கள் ஏராளம்!
தரளமாய் அள்ளப்பட்ட மணல்களும்,
தலைமுடியை வெட்டுவது போல
வெட்டிய மரங்களும்...
நினைவுகளில் செழித்து,
இயற்கை எழில் கொஞ்சும் ஏரியை,
மழைக்காலங்களே நினைவூட்டுகிறது!

34. அணைய விளக்கு

ஒதுக்கி ஓரங்கட்டப்பட்ட பின்னும்,
தொடர்ந்து எரிகிறது...
இருள் எங்கே வந்தாலும்,
அப்பா, அம்மாவின் விளக்கு
அணைவதில்லை!
பிள்ளைகளின் கனவுகளை சுமந்து,
அந்த ஒளி
எரிந்து கொண்டே நீளுகிறது...

35. மண் பானை

கத்திரி வெயிலின் தாக்கத்தை,
உணர்த்துகிறது வியர்வைத் துளிகள்...
விளையாடி களைத்து வீடு வந்தால்?
ஆற்று மணலுக்கு மேல்,
புத்தம் புதிய பானையில்
ததும்பும் தண்ணீர்...
சுற்றி முற்றி பார்த்துவிட்டு,
உதட்டால் தண்ணீருக்கு
முத்தமிட்டு குடித்தேன்...
தொண்டையை தொட்டது குளிர்ச்சி,
மனதை வருடியது அந்த வாசனை...
இன்றளவும் குளிர்பானங்களை
பார்க்கும் போதெல்லாம்,
அந்த வாசனை மண்
பானையுடனான உறவை
நினைவூட்டுகிறது...

36. மழைத்துளி

முகத்தில் விழும் மழைத்துளி,
விழியில் கலக்கும் நினைவுகள்!
சில நேரங்களில் திடீரென்று பெய்யும்,
சில நேரங்களில் அறிகுறிகள் ஆரம்பமாகும்...
கருமேகங்கள் சூழ,
மண் வாசனை கட்டி அணைக்கும்.
மழை பொழிய,
மண்ணில் விழும் முதல் மழைத்துளி,
என் ஆனந்தக் கண்ணீர் துளி!

37. அறிகுறி

வியர்வை சொட்டும் நிலத்தில்,
புதிதாய் முளைத்த நெல்!
அப்பாவின் கண்களில் ஒளி,
தாயின் நெஞ்சில் நிம்மதி!
காற்றில் அசையும் இலைகள்,
மழையை வரவேற்கின்றன!
காற்றில் வீசும் சேற்று வாசம்——
நாளை சோற்று வாசத்திற்கான அறிகுறி!

38. நன்றிகெட்ட மக்கள்

மழையில் துளிகள் கொண்டேன்,
வெயிலில் காற்று கொடுத்தேன்...
ஆனால், ஒருநாள்
அடியுடன் விழுந்தபோது,
யாரும் திரும்பிக்கூட
பார்க்கவில்லை!
நன்றி கேட்ட மக்கள்..
என்று, புலம்பிக்கொண்டிருந்தது ..
இடி விழுந்த மரம்..

39. சில நேரங்களில் சில மனிதர்கள்

சில நேரங்களில் சில மனிதர்கள்,
மழை போல வந்து,
வெயில் போல மறைந்து விடுகிறார்கள்...
எத்தனை முறை பட்டாலும்,
மனது ஏற்க மறுக்கிறது.
பிரிவை விட, ஏமாற்றமே அதிக வலி...
புரிந்தபின்பும்,
ஏமாறுகிறது மனம்——
சில நேரங்களில், சில மனிதர்களிடம்!

40. அலறல்

அமைதியென நினைத்த இரவில்,
எங்கிருந்தோ மெல்ல சத்தம் கேட்டது...
நெஞ்சின் துடிப்பு அதிகரித்தது..
ஒரு நிமிடத்திற்கு பிறகு புரிந்தது——
அது இருளில் தவிக்கும் ஓர் உயிரின் அழுகை...
பசியில் வாடும் நாயின் அலறல்தான்!

41. வலி

ஒரு பொம்மை வேண்டுமென்று,
அவன் அழுதபோது,
அவனை நகைக்க வைத்தேன்...
ஆனால்,
நமக்கு வேண்டியது நம்மை
வந்து சேராதபோது,
யார் நம்மை நகைக்க வைப்பார்கள்?
அப்போதுதான் புரிந்தது——
அவன் உருண்டு புரண்டு அழுத காரணம்!

42. முதல் வெற்றி

கொஞ்சம் தொலைந்து
போனது போல...
நமக்கு கிடைத்த அந்த வெற்றி!
காலம் சென்றாலும்,
மனதில் இன்னும் புதிதாய்
வாழ்கிறது...
நமக்கு அது,
நம் முதல் சாதனையாக
இருந்ததால்..!

43. மிதக்கும் கனவுகள்

மிதந்து கொண்டே இருக்கும்
என் கனவுகள்...
மண்ணில் விழும் முன்பே,
நிறைவேறிட வேண்டும் என்று
நினைக்கிறேன்...
ஆனால்,
பெரும்பாலும் அவை,
காற்றில் மிதந்தபடியே
போய்விடுகின்றன!

44. மௌனம்

ஒரு வார்த்தை தவறாக சென்று,
நமக்குள் ஒரு சுவர் எழுப்பியது...
அதை நீயும் அகற்றவில்லை,
நானும் அகற்றவில்லை...
இப்போது அது,
பெரும் மௌனமாய் நிற்கிறது!

45. கடைசி சந்திப்பு

நாம் கடைசியாக சந்தித்த நாள்,
நாம் அறியாமல் போனது...
அது கடைசி என்பது!
அதனால்,
அன்றைய சிரிப்பும்,
அன்றைய வார்த்தைகளும்,
இன்றைக்கும் நினைவுகளாக
தொடர்கிறது!

46. முற்றுப்புள்ளி

ஒரு கதைக்கு முடிவில்லாமல்,
நாம் விட்டு சென்றுவிடலாம்...
ஆனால், வாழ்க்கையில்,
முடிவில்லாத நினைவுகளும்,
துடிப்பில்லா அன்புகளும்,
தானாகவே முடிவை நம்மை
அழைத்து செல்கிறது...

47. கடற்கரையில் எழுதிய பெயர்

காற்று மெல்ல வீச,
கடற்கரையில் உன்
பெயரை எழுதினேன்...
அலை வந்து அழித்தது...
அதன் பின் பல பெயர்களை
எழுதிவிட்டேன்...
ஆனாலும்,
என் மனதில் உன் பெயர்
இன்னும் அப்படியே இருக்கிறது!
யார் வந்து அழிப்பது?

48. ஒரு நாள் போதும்

ஒரு நாள் போதும்,
நீ என்னை நினைத்தால்...
ஒரு முறையேனும்,
என் பெயரை உன்
இதயத்தில் சொல்லினால்...
என்பெயரை எங்கேனும் பார்த்து
சிறு புன்னைகைத்தால்,
அதுவே போதும்!

49. மறைந்த கலை

ஒரு காலத்தில் வீதியில்
கேட்ட சங்கீதம்,
இன்று இல்லை...
வீதியில் பார்த்த
தெருக்கூத்து இல்லை...
நகரம் வளர்ந்துவிட்டது,
சில சத்தங்கள்
மௌனமாகிவிட்டன!
திருவிழாக்களில் மட்டும்
தோன்றி மறைந்தாலும்,
நினைவுகள் எந்நாளும்
தொடர்கின்றன...

50. மழையில் நடந்த பயணம்

குடை இல்லாமல் நடந்தேன்...
மழைத்துளிகள் என் உடலோடு பேசின...
முழுவதும் நனைந்த பிறகு,
என் மனதில் மட்டும் அனல் பிரகாசித்தது!
"குடைக்குள் வா" என்றவளிடம்,
ஆணவத்துடன் கேட்டேன்——
"முழுசா நனைந்த பின், முக்காடு எதற்கு?"
அந்த அனல்,
அவள் மனதிலும் பிரகாசித்தது!

51. உண்மை

இருள் வந்தவுடன்,
நம்மை நாம் மறைக்க முடிகிறது...

ஒளி வரும் வரை,
நம்முடன் இருக்கும் ஒரே உண்மை——
நம்முடைய நிழல்தான்!

52. தாய் சொன்ன கதை

குழந்தையாக இருந்தபோது,
தாய் சொன்ன கதைகளை
கேட்டேன்...
இப்போது,
அவளே ஒரு கதையாக
மாறிவிட்டாள்...
நினைவுகளின் பக்கங்களில்
மட்டுமே வாழ்கிறாள்!
பருவம் நெருக்கத்தை
குறைத்துவிட்டது..

53. நெருக்கம்

எந்த வார்த்தையும்
தேவையில்லை,
எந்த வாக்குறுதியும்
தேவையில்லை...
வாழ்க்கையில் சில
தருணங்களில்,
ஒரு நெருக்கம்
மட்டுமே போதும்!

54. இனிப்பு புளியமரம்

சிறுவயதில் பக்கத்து வீட்டிலிருந்த
புளியமரத்தை நான் நேசித்தேன்...
இப்போது,
அது இல்லாமல்,
அந்த இடத்தில் ஒரு
கான்கிரீட் கட்டிடம்!
நினைவுகளில் மட்டும்
இன்னும் அது சுவையாக
இருக்கிறது...

55. பெயரில்லா கடிதம்

அந்த கடிதத்தில் எந்த
பெயரும் இல்லை...
ஆனால்,
அதன் வார்த்தைகள் மட்டும்,
உன் பெயரை மெல்ல
சொல்லிக்கொண்டிருந்தன...

56. நேரம்

கடிகாரத்தில் நொடி
நொடியாய் போகும்
ஓலியை கேட்டேன்...
அது நேரத்தை மட்டுமல்ல,
என் வாழ்க்கையையும்
நகர்த்திக்கொண்டிருந்தது..

57. கடலின் ரகசியம்

கடலோடு பலர் பேசினார்கள்,
ஆனால் அது யாருக்கும்
பதில் சொல்லவில்லை...
கடந்த காலத்தின் ரகசியங்களை,
அலைகளாக மட்டும்
தொடர்ந்து அனுப்பியது..

58. பழைய கடிதம்

பழைய புத்தகத்திற்குள்
சிக்கியிருந்தது...
ஒரு காலத்தில், அது
கனாக்காதலின் ஆரம்பம்!
இப்போது,
காகிதம் சிதிலமாய்,
நினைவுகள் மட்டும்
இன்னும் பசுமையாக!

59. பூ

ஒரு மரத்தடியில் பூ உதிர்ந்தது...
பலர் வெறுமனே மிதித்துச்
சென்றனர்..
ஆனால்,
நான் பார்த்தபோது,
அது இன்னும் மணம்
வீசிக்கொண்டிருந்தது!

60. உறங்காத இரவு

எப்படி படுத்தாலும்
தூக்கமில்லை..
கண்கள் மூடினாலும்,
நினைவுகள் விழிமுன் வந்து வந்து
செல்கிறது..
கண்கள் பூப்பூத்த சோர்வில்
நான் உறக்கிவிட்டேன்..
அதனால்தான்,
நினைவுகள் மட்டும் உறங்கவில்லை..
கனவுகளாய் தொடர்ந்தது..

61. நிழல்கள்

ஒளிக்குப் பின்னாலே,
நிழல்கள் மயங்கினம் செய்தன...
எங்கும் சென்றாலும்
அழையா நண்பனாய் என்னை
தொடர்ந்தது..
பிறகு,
ஒளி மறைந்ததும்,
சூழ்நலமிக்க நண்பர்களைப்போல
நிழல்களும் மறைந்தன..

62. ஒரு சொட்டு மழை

பல சமயங்களில் இன்பத்தை
தரும் மழை..
சில சமயங்களில் மனதை
வறண்டுப்போக செய்கிறது..
இப்போதெல்லாம்
மழை பெய்து கொண்டுதான்
இருக்கிறது..
ஆனால்,
உள்ளம் மட்டும்
வறண்டே உள்ளது..

63. யார் சொன்னது?

நேரம் கடந்து போகும் என்று?
யார் சொன்னது?
அது கடந்து செல்லவில்லை,
நம்மையே அந்த
இடத்தில் நிர்கதியாக
விட்டுச்செல்கிறது..

64. முடிவற்ற பாதை

எங்கு போகிறேன்?
என்ன செய்கிறேன்?
முன்னேறுகிறேன் என்றுத்தான்
தோன்றுகிறது,
ஆனால்,
அதே இடத்தில் இன்னும்
நின்று கொண்டிருக்கிறேன்..
உரிமையை மீட்கும் போராளியாய்..

65. பல்

பல் முளைக்கும் போது
சிறுவயதில்,
பல் முளைக்கும் போது,
வலி இருக்கிறது என்று
கதறினேன்...
இப்போது,
நினைவுகள் முளைக்கும் போது,
அதைவிட அதிகமாக
வலிக்கிறது..

66. சிலர்

சிலர் உறவாக வந்து,
சிலர் காளனாக வாழ்ந்து,
சிலர் பனி போல கலைந்து
போகிறார்கள்...
அவர்கள் சென்ற இடங்களை
தேடியும்,
அவர்களின் நிழல்களை
அழைத்தும்,
சலனமற்று நிற்கின்றேன்!

67. மரணத்தின் முதல் கட்டம்

பழைய நினைவுகளை
மறந்து விடும் போது,
அது மரணத்தின் முதல் கட்டம்...
நாம் வாழ்ந்த தருணங்கள்,
நாம் கொண்ட உறவுகள்,
நாம் பகிர்ந்த சிரிப்புகள்——
ஒரு நாள்,
நினைவுகளின் ஆழத்தில்
ஒளிந்துவிடும்!
மறப்பதோடு,
மெல்ல மெல்ல நாம்
இல்லாமலாகிறோம்...

68. போராட்டம்

பெரிய வெயில்!
ஆனால்,
மழைதுளி போல,
நினைவுகள் அத்தனை
சுட்டாலும்,
ஒரு பனிப்போல் கரைந்துவிடும்.
சில துன்பங்கள் வெயிலாய்
தாக்கினாலும்,
ஒரு வார்த்தை கேட்டாலே,
மழைத்துளி போல மனம் நனையும்.
வெப்பத்திற்கும், குளிர்ச்சிக்குமான
போராட்டத்தில்,நினைவுகளே
எப்போதும் வெல்லும்!

69. மௌனத்தின் மொழி

முகவரி தெரியாமல் அனுப்பிய கடிதம்,
எந்த நேரத்திலும் திரும்பி வரலாம்...
ஆனால்,
அது திரும்பி வரும்போது,
நான் இல்லை.
நினைவுகளும் அந்த கடிதம்போலவே,
தவறான இடங்களில் அடைந்து,
தவிக்கின்றன..
ஒருவேளை,
அதை திறந்து பார்க்கும் ஒருவர் இருந்தால்,
அந்த வார்த்தைகள் உயிர் பெறலாம்...
அல்லது,
அதுவும் மௌனத்தின் மொழியை மாறலாம்!

70. மனம்

குழந்தையாக இருந்த போது,
என் பொம்மை உடைந்துவிட்டது...
ஒரு கணம் நான் அழுதேன்,
பிறகு மறந்து விட்டேன்..
ஆனால்,
உண்மையான வாழ்க்கையில்,
நம்மிடமிருந்த உறவுகளே
உடைந்து போகின்றன...
அதை மறந்து விட முடியாமல்,
நினைவுகளுக்குள் நாள்தோறும்
வெடிக்கிறது மனம்!

71. இருள்

நாளெல்லாம் பார்த்த கடிகாரம்,
இரவில் மட்டும் ஒளிர்ந்தது...
அதுபோல்,
நம்முடைய உண்மை முகம்,
இருளில் தான் தெரியுமோ?
ஒளியில் மறைந்து வாழும் உண்மைகள்,
இருள் வந்தாலே வெளிவருகின்றன...
அவை நேர்மையா? நிழலா?
இருட்டே அதை தீர்மானிக்கட்டும்!

72. கடைசி பாடல்

ஒரு பாடல் கேட்டேன்,
அது முடிந்துவிட்டது...
அது போல,
வாழ்க்கையும் ஒரு பாடல்தானே?
மெல்ல தொடங்கி,
சிலசமயம் உருக்கம் நிறைந்து,
சிலவேளை கோபம் பொங்கி,
இன்னும் சில முறை சோகத்தால் மூழ்கி,
கடைசியில்,
சூழல் அமைதியாகும்போது,
அந்த இசை மௌனமாகி விடுகிறது...
ஆனால்,
பாடல்கள் மறைந்தாலும்,
நினைவுகளில் அவை இன்னும் ஒலிக்கின்றன!

73. எழுதிய நினைவுகள்

காகிதத்தில் எழுதினேன்,
அது காலத்தோடு
அழிந்துவிட்டது...
சிறு மழைத்துளி பட்டதும்,
அதன் வரிகள் கரைந்து
போனது..
ஆனால்,
மனத்தில் எழுதிய நினைவுகள்
மட்டும்,
எந்த காற்றும் அழிக்க முடியாமல்,
நேரம் கடந்தும் உயிர்ப்புடன்!

74. ஒரு குரல் மட்டும் போதும்

நீ பேசினாய்,
அது ஒரு கணம்...
ஆனால்,
அந்த ஒரு குரல்,
என் மனதில் எழுந்து,
என் வாழ்நாளை முழுமை செய்தது!

75. அடையாளம்

நிலத்தை விட்டு வேரை
பிடிக்காத மரம்,
நீண்ட நாட்கள் உயிரோடு
இருப்பதில்லை...
அது போல,
நாம் எங்கு சென்றாலும்,
நம்மை நினைவில் வைத்திருக்கும்
ஒரு அடையாளம் தேவையல்லவா?
ஆதலால்,அடையாளம் எதுவாகினும்
பகிரப்படுத்து..

76. மறந்த முகங்கள்

வழி பார்த்த முகங்கள்,
நேரம் கடந்து போனபோது,
நினைவில் தேங்கிய கண்ணீராக...
மறந்த முகங்களாகிவிட்டன..
ஒருநாள் அவர்கள் எதிரில்
வந்தாலும்,
நாம் பார்த்தது ஓர்
அந்நிய முகமாய்...
நம்மை நாம் மறந்தது போல,
அவர்களும் நம்மை
மறந்துவிட்டார்கள்.

77. கடைசி கையொப்பம்

காகிதத்தில் மட்டும் கையொப்பமில்லை,
கதையின் கடைசிப் பக்கத்திலும்...
நம்முடைய பயணத்தின் முடிவிலும்,
ஒரு நினைவாகவோ,
ஒரு கவலையாகவோ,
ஒரு கையொப்பம் இருக்கிறது...
அதை எழுத்தாகவோ,
மௌனமாகவோ விட்டுவிட்டு,
நாம் செல்கிறோம்!

78. காலத்தால் அழியாதது

மணலில் எழுதிய பெயர்,
ஒரு அலை வந்ததும் மறைந்தது.
காகிதத்தில் எழுதிய வரிகள்,
ஒரு நாளில் சிதைந்து போனது.
ஆனால்,
இதயத்தில் பொறித்த நினைவுகள்,
எந்த காலத்தாலும் அழியாது!

79. தைரியம்

தேடியதெல்லாம்
வெளியில் தேடியேன்,
என் மன அமைதியை...
மூடிக்கொண்டிருந்த
கதவுகளுக்குள்ளே பார்த்தேன்,
மௌனத்தின் பின்னே ஒளிந்திருந்தேன்.
முடிவில் புரிந்தது,
அது எப்போதும் என்
உள்ளில்தான் இருந்தது!
தைரியமாக!

80. பறவை

ஒரு சிறு பறவை
கிளையில் அமர்ந்து சிரித்தது,
மழையில் நனைந்து சிந்தியது,
விண்ணை நோக்கிப் பறந்தது...
அந்த ஓர் சிறு சிறகில்,
ஒரு பெரும் உலகம்!
வாழ்க்கை அதுபோலதான்...
சிரிப்பும், சிதறலும், பறப்பும்!

81. பயணத்தின் முடிவு

நான் சென்ற பாதை,
நிறைவாக தெரியவில்லை...
நீங்காத தடங்களை மட்டும்,
மண் அனுப்பி வைத்திருந்தது.
நிலைக்காத பயணமே,
வாழ்க்கையின் அழகு!

82. முடிவு

ஒரு தவறாக வைத்த காலடி,
ஒரு முழு பாதையை
மாற்றிவிடும்...
அது போல,
ஒரு சிறிய முடிவு,
ஒரு முழு வாழ்க்கையை
திருப்பிவிடும்..
சில நேரங்களில்,
ஒரு நொடி விருப்பு,
ஒரு நெடிய வருத்தமாக மாறும்!

83. எது உண்மையானது?

கண்ணால் பார்த்ததை
நம்பினேன்,
காதால் கேட்டதை மறுத்தேன்...
முடிவில்,
உண்மையானது,
என் உள்ளம் சொன்னதே!
கண்ணோடு காணாதது,
நெஞ்சோடு உணர்ந்தது...
அதுவே உண்மை!

84. ஒரு பார்வை

எதையும் சொல்லாமல்,
ஒரு பார்வை மட்டும் போதுமே?
அதற்கு அர்த்தம் புரிய,
ஒரு இதயம் இருந்தாலே போதும்.
மௌனத்தின் மொழியில்,
கருவிழிகள் பேசும் வார்த்தைகள்,
சில நேரங்களில்,
உண்மையான உணர்வுகளை கூறிவிடும்!

85. அடையாளமில்லா வீடு

ஒரு வீடு காணாமல் போனது...
அதில் வாழ்ந்தவர்களின் சுவடுகள்,
காலத்தால் அழிந்துவிட்டன.
நெருப்பில்லா தீப்பொறிகள் போல,
அவர்களின் நினைவுகள் மட்டும்,
காற்றில் மிதந்துகொண்டே இருக்கின்றன.

86. நான் நானாக

நினைத்தது உயர்ந்த ஒரு கனவு,
நிகழ்ந்தது நிலை குறைந்த ஒரு உண்மை.
இரண்டிற்கும் இடையில்,
நான் போராடி வாழ்ந்தேன்.
கனவுகளால் வாழ முடியாது,
உண்மைகளை ஏற்க முடியாது.
ஆனால்,
நினைவுகளுக்குள் மட்டும்,
நான் நானாக முழுமையாக இருந்தேன்.

87. மறைந்த நினைவுகள்

பனித்துளிகள் கண்ணீரில் கலந்து,
சிறு காற்றில் வழிந்து போனது.
நினைவுகள் கரைந்தாலும்,
இதயத்தில் ஒரு புள்ளியாக இருப்பதில்லை.
கை விட்டுப் போன உறவுகள் போல,
ஒரு தடயமாவது விடுமா?

88. ஒரு மெழுகுவர்த்தியின் இறப்பு

ஒளியை பகிர்ந்ததற்காக,
தன்னையே மெதுவாய்
கரைத்து விட்டது..
சுட்டெரியும் நேரத்திலும்,
இருளை மட்டும் வெல்ல
நினைத்தது..
முடிவில்,
அதன் அழிவே ஒளிக்கான
இறுதிப் பொழியாகிவிட்டது!

89. இலை

காற்றோடு பயணிக்கத்
தயங்கியது,
மரக்கிளையில்
இறுதி நிமிடங்கள்.
நிறைய இலைகளுடன்
இருந்ததனால்,
தன் தனிமை எவருக்கும்
தெரியவில்லை.
வீழ்ந்தபின் தான் புரிந்தது,
அதன் இல்லாமை யாருக்கும்
ஏதுமில்லை!

90. சென்றுவிட்டது

என் கனவுகளை,
என் எண்ணங்களை,
என் காதலையும்...
அவை எல்லாம்
என் வசமில்லை,
காற்றின் வெற்றிடங்களோடு
போய்ச் சென்றன!

91. புகழ்

தரையை பார்க்க
மறுத்தவன்,
வானம் மட்டுமே பார்த்தான்.
ஆனால்,
நடந்து செல்ல தரை தேவை,
அந்த தரையே அவரை
வானம் நோக்க செல்வதற்கான
வழி!

92. கண் திறந்ததும்

கண் திறந்ததும்
கனவுகள் மடிய,
உண்மை விழிக்க,
வாழ்க்கை தொடர்ந்தது.
பழைய நிலைகளை விட்டு,
புதிய பாதையில்,
ஒரு புதிய நாள் தொடங்கியது..
சில நேரங்களில்,
பாதைகள் தெரியும்,
சில நேரங்களில்,
அவை மறைந்துவிடும்.
என்றாலும்,
எந்த வழியும்,
அவசியமாக மாறும்..

93. முற்றுப்புள்ளியின் கோபம்

என்னையும் ஒரு வரியில்
மட்டும் முடிக்கிறாயா?
என்று,
முற்றுப்புள்ளி கேட்டது..

94. கடைசி பக்கம்

ஒரு புத்தகம் முடிந்தது,
ஆனால்,
கடைசி பக்கம் மட்டும்,
அப்படியே நின்றது...
நான் அந்த பக்கத்தை அண்டி,
உறங்கிட முடிந்ததில்லை,
சொல்லாத வார்த்தைகள்,
தவிர்க்கப்பட்ட உணர்வுகள்,
அறிந்துக் கொண்டேன்,
அந்த பக்கம் மட்டும் உயிரோடு இருந்தது!

95. அவள் சிரிப்பு

ஒரு சிரிப்பு மட்டும்
சிரித்தாள்,
அந்தக் கணமே,
வாழ்க்கை அழகானது..
மௌனத்தில் சொல்ல முடியாத
அனைத்துப் பதிவுகளையும்,
அந்த சிரிப்பு அழித்தது..
வாழ்க்கையின் உண்மையான
அர்த்தம்,
அந்த சிரிப்பில் மட்டுமே
காணப்பட்டது!

96. பேருந்து நிறுத்தம்

கால்கள் ஓயாமல் ஓடின,
ஆனால்,
எங்கே போகிறோம் என்று,
யாரும் யோசிக்கவில்லை..
பேருந்து நிறுத்தத்தில்,
அசைவுகளின் ஒலி மட்டுமே,
பதிவுகள் இல்லாமல்,
திசையை காட்டுகிறது..

97. சர்பத்

சோறு கொதிக்கின்ற
உலையை விட..
விவசாயி வயிற்றில்
கொதிக்கும் உலை
பன்மடங்கு..
ஆதலாலே விவசாயிக்கு
பூச்சி மருந்தும் சர்பத்தாகிறது..

98. காலத்தால் அழியாத ஓவியங்கள்

காற்றில் கரைந்து,
காலம் கழிந்துவிடலாம்...
வயது முதிர்ந்து இளமை
பரிபோகி விடலாம்..
ஆனால் சில தருணங்கள்,
உயிர் பிரியும் வரை
நினைவுகளாய்..
அம்மாவின் மார்பு கம்பு வாசம்..
அப்பாவின் வேர்வை வாசம்..
காதல் பூ பூத்த நொடி..
எத்தனை எத்தனை நினைவுகள்;
திறந்தால் மணமிடும் புத்தகமாய்,
நினைவுகள் காலத்தால் அழியாத,
உணர்வுகளின் ஓவியங்கள்!

99. நண்பர்கள்

கூட்டத்தில் என்னை தேடினேன்;
நிழலாகக்கூட நானில்லை..
கத்தி பார்த்தேன்; அவர்கள்
செவிக்கு எட்டவில்லை..
தோல்மேல் கையைப்
போட்டு பேசிய வாய்கள்;
முதுவின் ஓரம் முனுமுனுக்கின்றன..
தொலைந்தபோன உறவுகளைத்
தேடி நினைவுகளின்
வழியே நடக்கிறேன்..

100. வெளிச்சம்

இருள் எதற்கும் முடிவல்ல,
அது ஒரு ஆரம்பம் தான்.
சூரியன் மறைந்தால் நிலவிருக்கும்,
நிலவும் மறைந்தால் நட்சத்திரம்!
சுடராய்ப் பிறந்த ஒளி,
நம்முள் ஒளிந்திருக்கும்.
காலம் வரும்வரை,
அது காத்திருக்கும்.
திசை தெரியா பாதையில்,
ஒரு நிழல் கூட துணையாகும்.
அழுகிய கனவுகளிலும்,
ஒரு சிறு முள் மொட்டாகும்.
வெளிச்சம் யாரையும் தவற விடாது,
நாளை அது உன்னையும் தொடும்! காத்திரு!

101. நம்பிக்கை

நீ விரும்பினாலும்;
விரும்பவிட்டாலும்
முளைத்துக்கொண்டே இருக்கும்,
இலைகள் உதிர்ந்த கிளை மீது
மழை எழுதும் பாடல்களைப்போல.
நம்பிக்கையின் கணமே
வெற்றியை தீர்மானிக்கிறது..

102. ஒரு தலை காதல்

மலரக்கூடாது என்றுதான் நினைத்தேன்,
மலரது விட்டது...
ஒரே நாளில் இரு முறை பார்த்தேன்;
அதில் ஒரு முறை பேசினேன்...
பூக்க கூடாது என்றுத்தான் நினைத்தேன்,
பூத்துவிட்டது...
என் அனுமதியில்லாமல் இப்படியாக பலமுறை
பூத்துவிடும்...
ஒருவரிடத்திலும் பூத்த விஷயத்தை
கூறியதில்லை...

103. தனிமை

கும்பல் கும்பலாக கூடி சுற்றி திரிந்தபோது,
பேச ஒன்றுமில்லை!
பேச பல கதைக்கள் இருக்கிறது,
கூடியபோது யாருமில்லை!

104. தேடல்

மனிதனின் தேடல் வெவ்வேறானது,
தேடலின் ஆர்வம் உண்மையானது..
எனது தேடல் மீக நீண்டது,
ஆர்வத்துடன் தேடிக்கொண்டிருக்கிறேன்.
உரிமைகளை போராடி பெற,
அவசியமில்லா நாட்டை...

105. காத்திருப்பும் சுகம்தான்

பலநாள் காத்திருப்பு நிறைவேறினாள்;
மகிழ்ச்சி ஆயிரம் மடங்கு பெருகும்..
பலநாள் கவலை காணாமல் போகும்..
காந்திருந்த காலங்கள்
நரகத்திற்கு ஈடானவை..
நிறைவேறிய பின் காத்திருந்த
காலங்களை நினைக்கையில்
காத்திருப்பும் சுகம்தான்!

106. திறமை

அனைவரிடத்திலும் இருக்கிறான்;
ஒவ்வொருவரிடத்திலும்
வெவ்வேறுறாக இருக்கிறான்..
உன் முயற்சிக்காக
காத்துகொண்டிருக்கிறான்;
உனக்குள் அவனை தேடினால்
தென்படுவான்..
அவனை மெழுகேற்றினால்,
நீயும் வெற்றியாளனே இவ்வுலகில்..

107. அவள் முகம்

அவள் பேசும்போதெல்லாம்,
நிலா வெட்கித்து
தலைகுனிகிறது...
அவளால் பார்க்க
முடியாத கதிர்கள்,
என் உள்ளத்துள்
வெயிலாகிப் போகின்றன..
அவள் முகத்தில் விழும்
கண்ணகுழியை கண்டு,
நிலா ஓடி மறைகிறது..

108. கடற்கரை இரவுகள்

அலைகளின் ஒலியில்
நம் காதல் கதைகள்
சிதறிப் போகின்றன..
காற்றின் நினைவுகளில்
உன் நிழல் மட்டும் தவழ்கிறது.

109. பள்ளிக் கதவு

வாசல் மட்டும் திறந்திருக்கிறது
நண்பர்கள் மட்டும் தொலைந்து
போயிருக்கிறார்கள்..
கண்ணீர் சிந்தியபோதும்;
அந்த இரும்புகதவுக்கு என் வலி
எதுவும் புரியவில்லை..

110. காலப்பயணம்

கடந்த காலத்தை
நினைத்தபோதெல்லாம்
ஒரு சிறுவன் கண்களில் கண்ணீர்
நான் அவனை நானே தேற்றுகிறேன்..
ஆனால் அவனுக்கென்ன,
அவன் இன்னும் என்னையே நம்புகிறான்..
இங்கு கண்ணீர் சிந்திக்கொண்டிருக்கும்
என்னை யார் தேற்றுவது?

111. மழை நனைத்த சுவர் ஓவியம்

உன்னை நான் மெனக்கெட்டு வரைந்தேன்,
ஆனால் நீ மழையில் நனைந்தாய்.
நான் உன்னைத் தொட்டதோடு
உன் தடயங்கள் என் உள்ளங்கையில்..
பக்கத்துவீட்டு சுவரில்,
என் நினைவுகளும் மழை
நீரைப்போல வழிந்தோடியது..

112. அனல்

நீ சென்றுவிட்டாய்,
உன் சுவடுகள் மட்டும் இங்கே.
வெறும் இடமல்ல அது,
ஒரு மறக்க முடியாத உலகம்.
நீ வேண்டாம் என சென்றுவிட்டாய்;
காலியிடம் உருவானது,
அதில் உன் நினைவுகள் மட்டுமே நிறைந்து இருக்கிறது.
கட்டி அணைத்துவிட்டு சென்று நீ விட்டாய்;
உன் மேனி அனல்மட்டும் இன்னும் வீசுகிறது!

113. காதல் புறா

அந்த கூண்டுக்குள் இருந்தால்
நீ துன்பப்படுவாயோ?
திறந்து விடலாம் என்று நினைத்தேன்,
ஆனால் நீ வெளியே வர மாட்டேன் என்றாய்.
நம்பிக்கையோடு திறந்துவிட்டேன் இன்று,
வேறொருவன் வீட்டில் அடைபட்டு கிடக்குராயே?
இது உனக்கே நியாயமா?

114. ஓசை

காற்றில் உன் பெயர் கேட்டேன்,
அது உண்மை இல்லை என்றார்கள்.
அது என் மனதின் ஓசைதான் என்றேன்,
நான் மட்டும் கேட்ட ஒரு ஓசை!
நிழலாக நான் உன்னை தேடினேன்,
பரவிய காற்றின் நடையில்,
எனக்கு மட்டும் தெரிந்தாய் மனதின் ஓசையாக..!

115. கடிதங்கள்

என் இதயத்துக்குள் ஏராளமான கடிதங்கள்,
நீ ஒரு நாளும் அவற்றை படிக்கவில்லை.
அவைகளில் இன்னும் உன் பெயர் மட்டுமே இருக்கிறது,
உன் பிரிவின் ஓசை, என் மனதின் பக்கம்.
விழியில்லாத கடிதங்கள்,
படிக்காத உன் வார்த்தைகள்,
என் உள்ளத்தில் பதியப்பட்டுள்ளன..
நான் உனக்காக எழுதின கடிதங்களை,
நீ ஒருபோதும் கண்ணெடுத்ததில்லை,
ஆனால் அந்த கடிதங்களின் வார்த்தைகள்,
இன்னும் என் இதயத்தில் உயிரோடு வாழ்கிறது

116. ஆசையாய் வளர்த்த மரம்

என் சிறு காலங்களில்,
அதன் கிளைகள் என் தோளில் விழுந்தன.
இப்போது அது மண்ணில் விழுந்திருக்கிறது,
நான் மட்டும் நடக்கிறேன்.
அந்த மரத்தின் உதிர்ந்த இலைகள்,
என் பாதையில் ஒரு மென்மையான பதத்தை விட்டன.
பொதுவாக நிலையானது,
நினைவுகளாக மட்டும் மாறும்.
இப்போது அந்த மரம் உயிரிழந்தாலும்,
அதன் தளத்தில் நான் இன்னும் நிற்கிறேன்.
உண்மையில், அது மரத்தின் நினைவுகளாக,
என் உள்ளத்தில் அவ்வப்போது துளிர்விட்டு வளர்கிறது..

117. வெள்ளை பூ

அவளின் ஞாபகமாக ஒரே ஒரு வெள்ளை மலர்,
வசந்தத்தில் விழுந்ததோடு,
என் சோகத்தைச் சுமந்தது..
அது தவிர, அவளின் கண் இமைகளில்,
என் ஆசைகள் மயங்கி விழுந்தன..
மலர்ந்த பூக்கள் போல்,
அவள் நினைவுகள் என் உள்ளத்தை நிறைப்பியது..
அந்த வெள்ளை மலர்,
என் இதயத்தில் என்றும் நிலைத்திருக்கும்,
சோகத்தைத் தாங்கிய கண்ணீருடன்,
அந்த மலர் என் உயிரில் உயிராய் வாழும்...

118. கண்ணாடி

நான் இன்று என்னை பார்த்தேன்,
அந்த கண்ணாடியில் நீ இருந்தாய்.
இன்றென்ன, எப்போதுமே அங்கே நீதான்!
என் முகம் போல் உன் நினைவுகள்,
அந்த கண்ணாடியில் காட்சி அளித்தது,
அது என்னைத் தாண்டி,
என் உள்ளத்தில் எப்போதும் உன்னை முத்தமிடுகிறது..
கண்ணாடி மட்டும் தான் சொல்கிறது,
நீ எப்போதும் என்னுடன் இருக்கிறாய் என்று..

119. மழை

தரை வழுக்கியது,
நான் தவறி விழுந்தேன்.
மழையை திட்டினேன்..
விழும் போது அனுமதியில்லாமல்
மழைக்கு முதல் கொடுத்துவிட்டேன்..
வெட்கத்தில் பெய்வதை நிறுத்திவிட்டு,
மேகக்கத்துக்குள் ஒளிந்துகொண்டது மழை!

120. கடைசி பேப்பர்

ஒரு புத்தகம் முடியும்போது,
நம் மனத்தில் மட்டும்
அது இன்னும் தொடர்கிறது..

121. ரயில் பயணம்

ரயில் ஓடிச் சென்ற பின்னும்
காற்றில் அதன் சத்தம்
இன்னும் நீடிக்கிறது..
சிலரின் நினைவுகளைப் போல..

122. மரணம் பேசும் வார்த்தைகள்

ஒரு கல்லறையின் மீது
வாசிக்க முடியாத வார்த்தைகள்,
அவற்றில் பல உயிர்கள்
நம் மீது விழித்துக் கொண்டிருக்கின்றன..

123. நிலா

வானத்தில் ஒளி,
ஆனால் தனிமையானது.
நட்சத்திரங்களின் நடுவே,
ஒரு நிலா மட்டும்
மனிதர்களின் கவிதைகளுக்கு
உழைத்துக் கொண்டிருக்கிறது..

124. மனசாட்சி

காதுகளுக்குள் அவ்வவ்போது மட்டும் கேட்கிறது,
யாருக்கும் அதை சொல்ல முடியவில்லை.
அது என்னை பின்தொடர்கிறது..
அது உணர்ச்சியின் ஓசை,
சொல்ல முடியாத உணர்வு,
சிறு தவறிலும் நெஞ்சம் குறுகிறுத்து;
பிழையை சுட்டிக்காட்டுகிறது மனசாட்சி!

125. கடைசி பக்கம்

ஒரு புத்தகத்தின்
கடைசி பக்கம்,
அதன் முடிவு என்று
யாரோ சொல்லிவிட்டார்கள்...
ஆனால்,
அதே பக்கம் ஒரு புதிய
கதையின் தொடக்கமாய் இருந்தால்?